வண்ணத்திக் காடு

வண்ணத்திக் காடு

மின்ஹா

கருப்புப் பிரதிகள்

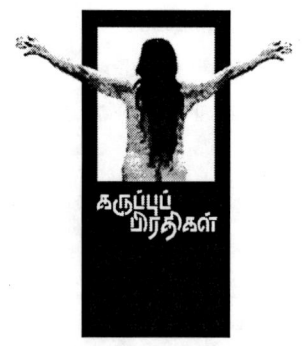

வண்ணத்திக் காடு – கவிதைகள்
மின்ஹா

முதல் பதிப்பு: டிசம்பர் 2022

வெளியீடு:
கருப்புப் பிரதிகள்
பி 55, பப்பு மஸ்தான் தர்கா, லாயிட்ஸ் சாலை,
சென்னை – 600 005
பேசு: 94442 72500
மின்னஞ்சல்: karuppupradhigal@gmail.com

முகப்பு – உள்வடிவமைப்பு: விஜயன், கிரியேடிவ் ஸ்டுடியோ
அச்சாக்கம்: ஜோதி எண்டர்பிரைசஸ்

விலை: ரூ. 80/-

Vannathi Kaadu – Poems
Minha

First Published: December 2022

ISBN: 978-93-95256-20-9

By **Karuppu Pradhigal**
B55, Pappu Masthan Darga, Lloyds Road,
Chennai – 600 005.
E-mail: karuppupradhigal@gmail.com

Cover & Layout: Vijayan, Creative Studio

Printed by: Jothy Enterprises, Chennai 600 005.

Price: 80/-

பாத்திமா மின்ஹா இமாம்

1991-இல் கிழக்கிலங்கை மட்டக்களப்பில் பிறந்தவரான கவிஞர் மின்ஹா வின்சன்ட் தேசிய பாடசாலையில் கல்வி கற்றவர். சிறிய வயதிலிருந்து வாசிப்பின் மீதும் கவிதைகளின் மீதும் மிகுந்த ஈடுபாடு கொண்டவர். பல மின்னிதழ்களிலும் சஞ்சிகைகளிலும் இவரது கவிதைகள் வெளிவந்துள்ளன. உளவியல் துறையில் பயின்றுள்ளார். ஆசிரியையாக பணிபுரிந்துள்ளார். சமூக விஞ்ஞானம், தத்துவம், வரலாறு, கலைத்துறை சார்ந்த தீவிரத் தேடலும் ஆர்வமும் கொண்டவர்.

இது இவரது மூன்றாவது தொகுப்பு. முந்தைய கவிதைத் தொகுதிகளாக 'நாங்கூழ்', 'கடல் காற்று கங்குல்' என்பன வெளிவந்துள்ளன. நவீன தமிழ்க்கவிதைப் பரப்பில் மிகக்குறுகிய காலத்தில் மிகுந்த வரவேற்பையும் வாசிப்பின் அடிப்படையிலான வாசக தன்னெழுச்சி அறிமுக மதிப்புரைக் குறிப்புகளை மிகப்பரவலான வரவேற்பை பெற்றவை மின்ஹாவின் கவிதைகள்.

மின்னஞ்சல் fathimin@gmail.com
அலைபேசி:+94 777 270 104

ரூப, அரூப வெளிகளுக்கிடையில் ஊடாடும் அகத்திணையின் ஆழமொழி

புத்தாயிரத்தின் முதல் கால் நூற்றாண்டுகளில் இவ்வுலகு கடந்திருக்கும் போர்க்களங்கள், நோய்மைகள், மனித உறவில் அடைய விழையும் மாண்பு, தனிமனித இருப்பு, கண்காணிப்புகள், அகம் -புறம் சார்ந்த நெருக்கடிகள், மதிப்பீடுகள், குறிக்கோள்கள் மற்றும் விழுமியங்கள் மிகத் துரிதமான மாற்றங்களை எய்தி இருக்கின்றன. மனிதனை மின்னணுச் சாதனங்கள் மற்றும் செயலிகள் ஆக்கிரமித்து இருக்கும் அதே அளவு மூளைச் சலவையும் தகவல் நிரப்பிகள் ஆகவும் ஆர்ப்பாட்டத்துடன் செயல் புரிகின்றன. மெய்நிகர் வாழ்வில் பல்முனை உறவுகள், அதீத மன அழுத்தங்கள், சிதைவுகள் ஒரு தேநீர் இடைவெளியில், ஒரு சொல் இடறி நிகழக்கூடிய தற்கொலைகள், மன முறிவுகள் வாழ்வின் காரணிகள் எப்படி ஒரு அபத்தமாக கேலிச்சித்திரமாக மாற்றி விடுகின்றன என்பதை கலைகள் பதிவு செய்ய வேண்டிய காலத் தேவையும் தோன்றி இருப்பதாகவே

மின்ஹா

எண்ணுகிறேன். இத்தகைய புறச்சூழலில் அகம் சார்ந்த தேடல் வாழ்வின் அழுத்தங்கள் நிகழ்த்தும் மொழி மீதான பாதிப்பு, உரிமை, அரசியல், நிலம், குடும்ப அமைப்பு, மதம், தார்மீகம் சார்ந்த அவதானங்கள், கட்டுப்பாடுகள் மற்றும் யந்திரங்கள், மெய்நிகர் உலகு உருவாக்கும் உளவியல் இவை யாவும் நேர்முகமாகவோ மறைநிலையில் subconscious ஆகவோ ஒரு கவிதையில் இயங்குகின்றன என நம்புகிறேன். அவ்விதத்தில் மின்ஹா பயன் பயன்படுத்தும் கவிதை மொழியில் சில எளிய பிடிவாதங்களை காண்கிறேன். அர்த்தம் கோரும் செறிவான சொல் என்பதைத் தாண்டி அவை உருவாக்கும் புதிர்மைகளையும் அவதானிக்க கோருகின்றன. இவரது சொல்முறை சொல்லித் தீராத ஒருவர் கொள்ளும் வியப்புமிக அடுக்கியபடி சொல்லும் நீண்ட வாக்கியங்களாக அமைகின்றன. இவரது கவிதை மையத்திலிருந்து ஒழுங்குகளில் இருந்து விரும்பி விலகும் ஒரு தோற்றத்தையும் அதீத ஆழங்களில் அடையும் numbness மரத்துப் போகும் நிலைக்கும் இடையே ஊடாடுபவை எனத் தோன்றுகிறது. பொதுப்புத்தியில் இருந்து விலக விரும்பும் தனிமையும், அந்தரங்கமான உரையாடல்களால் கட்டமைக்கும் பிரத்தியேகமான மொழியால் ஆன வெளியிலும் இந்த கவிதைகள் தம்மை வளர்த்துக் கொள்கின்றன எனலாம். இருத்தல் சார்ந்த பார்வைகள், அதன் நேர்த்தி சார்ந்த ஓர்மைகள் இவற்றில் இருந்து விடுபட எத்தனிக்கும் அல்லது சேர்ந்தொழுக நேர்கையில் அடையும் மன நெருக்கடிகள் சமயங்களில் பாடு பொருட்கள் ஆகின்றன. அந்தந்த நேரத்து வலிகள் கோரும் சொற் கோர்வைகளை மனந்திறந்து தன் கவிதைகளில் அனுமதித்திக்கிறார் ஆசிரியர்.

கவிதைகளில் இரண்டு வாக்கியங்களுக்கு இடையே அல்லது ஒரு வாக்கியத்தில் வினைமுற்றுகள் ஊடே, பிணைப்புச் சொற்களை தவிர்த்து விடுகிற பிரத்தியேக சொல்முறையை இவரிடம் காண முடிகிறது. ஒருவித கச்சிதத்தன்மையை உருவாக்கும் அதே நேரத்தில் சட்டென்று வாசிப்பவனுக்கு ஒரு தாவல் ஒத்த உணர்வையும் தருவதாக இருக்கிறது.

வண்ணத்திக் காடு

செறிவு போன்ற தோற்றம், கூடவே ஒரு அந்நியமாகும் இறுக்கமான தன்மை கொண்டவை எனவும் ஒரு துவக்க கால வாசகனுக்கும் தோன்றக்கூடும்.

நிலக்காட்சிகள் உயிர் பெறும் மூலகத்தின் மீதான ஆழமான அவதானிப்பு உயிர் - ராசிகளின் நடத்தைகள், இயல்புகள் இவற்றின் மீதான கவிஞரின் கற்பனை மற்றும் ரசனைகள், அலங்கரித்து பார்க்கும் அவா, இவையாவும் பிணைந்து உவமைகளாக படிமங்களாக கவிதைகளில் புழங்குகின்றன. சலித்து போன ஒப்பீடுகளில் இருந்து விலக எத்தனிக்கும் ஒரு தவிப்பு விரவி நிற்பதை புரிந்துகொள்ள முடிகிறது.

இரண்டு இணக்கம் குறைவான சொற்களை அருகருகே வைத்து ஒரு பொதுச்சரடால் பிணைக்கும் பொழுது உருவாகும் மனக்கிளர்வை அதிக பிரயத்தனங்கள் இன்றி இவரால் உருவாக்க முடிகிறது. மழைக்குப் பிறகான நீர்த் துளிகள் சொட்டும் ஒரு 'பிறகான உலகை' எழுதும்போது வேலிகளில் என்று எழுதிவிட்டு அடுத்த சொல்லாக பீலிகளில் என்று எழுதுகிற ஒரு சொல் ஓட்டம் வாய்த்திருக்கிறது. அதீதமான பித்து நிலையில் 'என் பாத சுவடை உப்பிட்டு சமைக்கிறது சுடுமணல்' என்று எழுத வைக்கிறது. 'நீர்த் தாவரம் விசும்பும் மையல்' என்றும்.

அதே சமயத்தில் தற்குறிப்பேற்றும் அதீதமாக செயல்படும்போது தேவைக்கும் அதிகமான சொற்களை அதை உருவாக்கும் பாரத்தையும் கவிதைகள் சுமக்க நேரிடுகிறது. ஒரு கவிஞன் உருவாக்க விரும்பாத வெளியேற்றங்களையும் அவை உருவாக்கி விடக்கூடும்.

கவிதைகள் எழுதுவதும் ஒருவித வாதையை விரும்பி ஏற்றல்தான், கவிஞரின் வரிகளில் சொல்வதானால் 'தேன்வதை கசியும் கரடியின் நாக்கு' போலவே ஒரு நல்ல கவிதைக்கான சேர்மானங்கள் என்று நான் கருதுபவை உணர்ச்சிகளை மேன்மையாக்குதல், கட்டுக்கோப்பு, கருப்பொருளுக்கான பிரத்தியேக இருப்பு அல்லது தடம், வாசக அனுபவத்திற்கு இணை உறவான அம்சங்கள், கவிதையில் புழங்கும் தொனி,

உருவாக்கும் புலப்பாடு, வழங்கப்பட்ட அர்த்தங்களில் இருந்து கீழிறக்குதல் அல்லது பிறிதொன்றாக்குதல் என்பவையே. இத்தொகுப்பில் இயங்கும் கவிதைகள் மேற்சொன்ன அம்சங்களுடன் பெரிதும் இயைந்து பொருந்தி இருப்பதாகவே முதல் வாசிப்பில் தோன்றுகிறது. தொடர்ந்து தன் மொழி மீதான பிடிவாதங்களை கலை மீதான பிடிமானத்தை வளர்த்தெடுக்க கவிஞரை வாழ்த்துகிறேன்.

நேயமுடன்
நேசமித்ரன்

01

ஓசையின்றி உடைந்து கொள்வது பற்றி
எக்குறிப்பும் இருக்கவில்லை
சத்தமாக உடைவதே
கவனிக்கப்படுகிறது

மின்ஹா

02

பரந்த வயல் பூமியில்
வெய்யில் பரவலாய் எங்கும் மேய்கிறது
மரநிழலை விழுங்கிடும் வரையில்
பெரும்பாடு படுகிறது அது
அந்திக்கு முன்னர் உலர்ந்திடும்
சிற்றோடை நடுவே
வழி யாக்கும் தேட்டத்துடன்
வழிமாறிப் பறக்கும்
வலசையொன்றின்
கண்களில் தென்படும்
நீலநிறம் யாவும் தெளிந்தநீரே
தாகம் மிகைத்து வானுயரப் பறந்து
பின்பு சிறகு ஒடுங்கிய வண்ணம்
கீழ் நோக்கி வீழ்தல்
சுயமாய்த் தேற்றிக்கொள்ளும்
பிரபஞ்சத்துடனான
பித்தேறிய சரணடைதல் அதற்கு

03

காற்றில் ஆடும்
இலைகளின் நடனம்
வேர்களை மண்ணுள்
தலைபுதைக்கச் செய்கின்றன

அசையாமல் நிற்கும் கிளையில்
பெருவனங்களின் சிலிர்ப்பு
மயிர்கூச்செறியச் செய்யும்
பேரொலியை வார்க்கின்றன

எங்கோ சுழலும்
பெருங்காட்டுத் தீயில்
உருகும் மெழுகுப்பொட்டுகள்
நாம்

நெய்தல் காற்றில்
வலை பின்னும் சிலந்தியில்
வழியும் நூலிழையில்
மேலேறிக்கொண்டிருக்கும்
மீச்சிறு ஜீவனற்ற வண்டுகள்
பிழைத்தல் பற்றிய
பின்குறிப்பை காட்சி முன்
ஒப்புவிக்கின்றன

04

நாட்களின் பிரார்த்தனைகளை ஏந்திய
வாரங்களும் மாதங்களும்
அவற்றைக் காற்றில் மிதக்கச்செய்கின்றன
தொலைவின் தெப்பம் நான்
கனவுச் சிமிழ்களை ஒளிர்த்தி
கைகளால் கலைத்துவிடுகிறேன்

முன்பை விட தூரமாகவே
அடித்துச் செல்லப்படுகின்றன
தாமதங்களும் அலட்சியங்களும்
இரவின் இருட்தீந்தைகளாக பூசிமெழுகியே
காலம் தீர்கின்றன

மின்மினிக்குள் ஒளிப்போர் நிகழ்த்த
ஒளியே கனல்கின்ற மாட்சிமை,
சொற்ப வாழ்வின் முழுமை தீர
முற்றுப்புள்ளிகளால் நிறையும்
நீள்வரிக்கோடுகளென
நிகழ்தலைக் கடக்கின்றன

05

வெகுநேரமாக தட்டப்பட்டுக் கொண்டிருக்கின்றன
அக்கதவுகள்

நானே என்னைத் தட்டிக்கொண்டும்
உள்நுழைய அனுமதிக்காமலும்
காத்திருக்கிறேன்

வெளியிலும் உள்ளேயும்
மாறி மாறிப் பரவிச்
சுவர்களை வரையும்
அருவத்தின் உணரியாகிறேன்

அடர் இருள் அறையில்
அமாவாசை ததும்பாத
காரிருள் கிண்ணங்கள்
மிதக்கச் செய்கிறாய்

நிசப்தம்
இறுதிநேர இசைச்சொட்டில்
உன்மத்தமாகிறது
அதன் இயல்பின் அசாதாரணம்,

மின்ஹா

இருக்க மறுக்கும் மன்றாட்டம் கனத்து
சலதரங்கம் புரிகின்றது

நேசக்கடல் அதன் இரைச்சலை
எனக்குள் வார்க்கிறது
அதன்
மீயொலிக் குடைக்குள்
உன்னை இழுக்கும் சுழியாகிறேன்

வார்த்தைகள் என்னிலிருந்து
ஆவிநிலை எய்தி முன்புபோல்
உன்னில் மழைமேகமாய் அடர்கின்றது
அடைகாக்க மறுக்கிறது நிலம்
தவறி விழுந்து
என் பூமியெங்கும்
இன்று மழைநாள்

06

இடம் நகரும்
தான் தோன்றிப்புற்களுக்கு
மழையே துணை
பிழைத்தல் பழகுகின்றன

07

பேச எத்தனிக்கும் போதெல்லாம்
மௌனம் ஒன்றைப் பதியமிட்டு
தூரச் செல்கிறேன்

துளிர்த்த சிறுதளிர்கள் இலைகளாகவும்
இலைகள் பேரிலையாகவும்
கிளைகள் பரந்தும்
நெட்டையாகிய மரம்
முழுவதுமாகப் பூக்கள் அடர்கின்றன

எல்லாவற்றையும் பத்திரப்படுத்தி
காற்றுக்கும் காலநிலைக்கும்
உதிர்வை அனுமதித்தபோதிலும்
இயன்றளவும் அமைதியால் போர்த்துகிறேன்
வேலியில் கண்களாகிறேன்

இலைகள் முணுமுணுக்கையில்
காற்றும்
காற்று அசைகையில்
பூக்களும் மணலில் உருண்டு
மீச்சிறு ஒலியில் பேசிக்கொள்கின்றன
இதன் போது
பேச்சு மழைத் தூறலாகவும்
வார்த்தைகள் காளான்களாகவும்
மாறியிருந்தன
என் கண்களை எடுத்துக்கொண்டு
விழித்துப்போகிறேன்.

08

ஒன்றன் பின் ஒன்றாக
இரேகைகள் அழுத்தமாகப் படிகின்றன
கிளைத்த மின்னலின் பெருவீச்சில்
பாறைகளாகிக் கொண்டன மலைகள்
இடைவெளிகள் இல்லையென
அர்த்தமற்ற முரணில்
சிதைகின்றன வேர்கள்
பசுமையின் மீப்பெருந்துயரை
மணலற்ற இறுகிய வெளியில்
புதைக்கத் தேட்டம் கொள்கின்றன
நேசக்கிளையடியில்
இளைப்பாறும் இருவேறு
கிரகங்கள் ஒடுங்கி
இமைகளுக்குள் உருள்கின்றன

யாதொரு வெளிப்படுதலுமின்றி
கனவொன்றில் மூழ்கி மூர்ச்சையான
சொல்லைத் தேடி
அலைகின்றது கருமுகில்

பனி துளிர்த்திருந்த அகாலமொன்றின்
அகலாத இருட் சுடர்
கனத்த மௌனத்தால் பழுவேறி
கண் முன்னே
சாம்பலாகி மறைகின்றது

09

ஒரு இடைவெளியை
நீருற்றி வளர்க்கிறாய்
அது என்னைத் தவிர
மற்ற யாவற்றையும்
உயரமாய்க் கிளைக்கிறது
மணலில் புதைந்திருக்கும்
இரகசியம் சிறு மேடாகக்
குவிந்து

நிலம் மேல் உலவும்
அந்தரமான
சதைப்பிண்டம் சுமக்கிறது
உயிர்ப்பறவை
தோற்றுப் போகும் துறவு
நிசிக்காற்றில் கலையும் மணலாகி
உமியுடன் கலக்கிறது,
சிறுகச் சிறுக மலையாகும் கடுகு
அலைந்து வழியும் வியர்வையில் வெடித்து
பருத்தியைத் தோற்கடிப்பதாக எண்ணி
எள்ளலாய்ச் சிரிக்கிறது

10
வண்ணத்திக்காடு

ஆர்ப்பரிக்கும் பேரொலியுடன்
ஆரவாரமாய்
நிலமெங்கும் புரள்கின்றது
அநாதிக் காற்று

தன் இயல்பை ஒத்த
சுமத்தலின் மணல் மேடுகள்
தேய்ந்தழிந்த மிகுதியின்
தூசுப் படலமாய் அடர்ந்து,
எதிர்க்கும் யாவற்றையும்
கோர்த்துக் கொண்டு
ரௌத்திரமாகிறது

சுழலும் வீச்சில் யாவற்றையும்
துடைத்தழித்து
வெறுமையின் மீது கந்தகநெடி பரவ
பாழ்வனம் மலைகளை
நிரலிடுகின்றது

பேனாவின் குமிழ் முனையில்
கசியும் மைக்குமிழிகள்
காகிதம் அப்பியிருக்கும்

மின்ஹா

தொட்டி மீன்களின்
வசீகர நிறமிகளை நிழமிழக்கச் செய்கின்றன

பசையற்ற காகிதம்நான்
விரவி சிறகு முளைத்து
வனம் உழலும் பித்து நீ

பச்சையம் அடர்ந்த இலைக் கூடு வழியே
கூட்டுப் புழுவின் வாழ்வு
பறத்தலின் குறிப்பை எழுதிச் செல்கிறது

11

மீளவும் அணுக்கமான
விடைபெறுதலைப் போல
தந்தியடித்துக் கொண்டேயிருக்கும்
அலைகள்
ஓயாது என்பதை
உரத்துச் சொல்ல
கடல் காற்றுக்கு
உப்பை அள்ளித்தெளிப்பதைத் தவிர
வேறு சமிக்ஞையில்லை

துருவாகிப் படிகையில்
கண்டு உணரும் காலப் படிமம்
என்னைக் கடந்து செல்லும்
தூரத்தில் ஒலிக்கும் பரிச்சயமான பாடலைப் போல
கேட்டும் கேட்காமல்,
கண்டும் காணாமல்
தேடியும் தேடாமல்
புலப்படாத திசையைத்
திறந்து விடுகிறது தொடுவானம்

12

நின்று கொண்டிருக்கும்
மரத்தின் நெடுநாள் ஆசை,
அந்திமத்தில் நாற்காலியாகி
அமர்ந்திருக்கிறது

13

மண்ணில் தோன்றியவளரியின்
அடையாளங்களை
மண்ணே சிதைத்து விட்டு
வேர்க்கால்களில் இருந்து
நேசம் துளிர அனுமதிக்கிறது

ஓடிகளாய் அகன்ற பச்சை நிறக்
கொழுந்திலைகள்
நீரோட்டத்தின் சலசலக்கும்
கற்பாறைகளில் மோதி மோதி
கரை முழுவதுமாய்ப் படர்கின்றது

அந்தியின் கரைந்த சூரியன்
மேகங்களின் ஊதுலைத் தணல் படர
ஆற்றாமையின் அயர்ச்சி...
ஒடுங்கிய கடும் நிறமாகின்றது

நிறமிகளில் தோற்றுக்கொண்டே
நிலவைக் கொண்டாடும் இருள்
எப்போதும் ஈரமண்ணில் மழைவாசம்
நுகர்ந்து ஊமையாகின்றது

மின்ஹா

14
துயில்

அதிகாலை விழிப்பு
அலாரமாக ஒலிக்கிறது
தட்டியெழும் அவளின் கடமையுணர்வு
அரைக் கண்ணில் நேரத்தைக் குவித்து
புகை மூட்டுகிறது
எழுந்துவிட்ட பாசாங்காக
பொழுதை சரி செய்து முடிப்பதற்குள்
வெளிர் ஒளிவாசலைத் திறந்து திகதியை வரவேற்கிறது
ஒளிந்துகொள்கின்றது நிலவு
மற்றும் நேற்று சிதறியிருந்த விண்மீன்கள்

தேநீர் தயாரிக்க முன்னரே
நடுநடுங்கும் பனிமூட்டம்
அடுத்தவேளைப் பசிக்கான ஆற்றுதலை தயாரிக்க
எறும்புடன் பந்தயம் கட்டி
எறும்பாக அங்குமிங்கும்
ஊர்கின்றன என் உணர் கொம்புகள்

பந்தயத்தை ஆரம்பிக்க
ஒரே அடியில் தேங்காயை
இரு பாதிகளாக உடைப்பதில் இருந்து
அன்றைய நாளின்
ஆட்டம் தொடங்குகிறது

15

கரையில் நிற்கும் கால்களைக்
கடல் ஒற்றிக் கொள்வதும்
விட்டுச் செல்வதும்
அலை வடிவத்தில்தான்...

16

துர்வாதையொன்று
பிரதியிட்டுச் செல்லும்
சொற்களின் இருப்புக்கும்
நமக்கும் இடையில்
மெல்லிய புன்னகை ஒன்றே
மலை மனதின் கனத்தை
இறகுபடுத்துகிறது

17

மழைத்தீற்றலில் முற்றத்து
மணற் பொருமல்
முன்னிரவின் அச்சுக் கோலமாகிறது

நீர்த்தாவரம் விசும்பும் மையலாய்
இருள் மேகங்களில் நிறமேறிய சாம்பல் குளிர்
இரசம் பூசிய கண்ணாடி நிறமாய்
ஒடுங்கி நாணலுடன் சாய்கிறது

வண்ணத்திக் காட்டின் சரீர நிலம்
இலைப் பச்சையின் சாயலில்
முறுவலிக்கிறது
அது
பனியை ஒளிர்த்தும்
இளகிய வெய்யில்
திமிர்ந்து எஞ்சும் நட்சத்திர ஒளி

கார்காலத்தின் மயில்கள்
ஈரச் சிறகு உதறும் குகை வாசலில்
வானத்தின் நீர்மல்கும் அரூபக் குளம்
உன் பாத இரேகை பதிந்த முத்திரையால்
வேர்கள் நெறிகட்டும்
தாமரைப் பரவசம் புகைத்துக் கிளைக்கும்,

பொய்கை தியானிக்கும்
மந்திர வார்த்தையின் உச்சாடனத்தில்
மரகதவனம் ஆசிர்வதிக்கப்படும்

18
ஆதுரம்

இருள் கசிந்து நிறையும் அறைக்குள்
ஒரு சொல்லின் இலக்கு
சமரசம் அற்ற எல்லையில்
வழி தவறுகிறது

நீள் கதவுகளைத் துரோகம்
தலைக்கு மேல் வளர்த்து வளர்த்து
சுவர்களையும் கதவுகளாக மாற்றி
அண்ணார்ந்து பார்த்து மிரட்சியடைகிறது
கழுத்துச் சுனை

பழகிய சொல் விடுதலையின் மோட்சம் ஏற்று
தூரமற்று விசும்பி நிற்கும் அருகாமையை
அண்மிக்கும் என் பாதச் சுவட்டை
உப்பிட்டுச் சமைக்கிறது சுடு மணல்

காட்டுப் பூனையின் கண்களில் ஒளிரும்
இரவின் நிறம்
எதிரும் புதிருமாய்
வெண் கருப்புப் புள்ளிகளில்
அப்பிக் கொண்டு
எஞ்சிய நிறங்களைக் குறுகுறுக்கிறது

வண்ணத்திக் காடு

19

அறைக்குள் அமிழ்த்திக் கொள்ளும்
அதே அறை
அதே குரல்
அதே நினைவு
அதே வாசம்
அதே மங்கல் வெளிச்சம்
குளிர் களி ஊறும் போர்வைக்குள்
வாழை மடல்
அதே விரிப்பில் தோன்றும்
வெவ்வேறு சுருக்கங்களை
யார் வரைந்தது தெரியவில்லை
விடிந்து விட்டதாக
சரி செய்ய வேண்டியுள்ளது
நாட்களை

மின்ஹா

20

நதிப் படுகையில் வானம்
நீளும் சுருள் நீலப்புகை
ஆதுரமாய் கண்களுக்கு அப்பால்
வீழ்ந்து நிழல் தேடும் கருமேகம்
நனைந்த வழுவடர்ந்த பாசித் தரையாகும் குறு நிலம்
மெத்தக் கனிந்தகனி
கோதுடைத்துக் கிளைக்கும் பெரு விருட்சம்
முழுவதும் பறவை அலகில் சரியும் சிறுதுண்டம்
கிறங்கிக் கொள்ளும் மதுசாரம்
பசை அப்பிய சாமரங்கள் நம் கண்கள்

தோற்றுக் கொண்டே சரியும் தவறல்
ஒத்திசைக்கும் நடனக் காலில்
மேலேறிக் கொள்ளும் பாத இலட்சணை
விரலசைவில் முத்திரை மறக்கும் பேய்மை
சுழலும் நனியொளி
சூட்சுமமாய் முளைக்கும் சிறகுகள்
அதில் பசையேற்றும் காந்த முனை
வானரத்தின் தாவலில் அதிரும்
வனாந்தரச் சருகுநிலம்
அரவங்களை வளர்க்கும் பச்சிலைப் பூச்சி
தீண்ட மறுக்கும் விஷமம்

21
தொலைந்து போனவை

சொற்கள்
எழுதுகோலை எழுதுகின்றன
அவை சொற்கள் என்றாகிப் போகிறது
எல்லா நிறச் சொற்களிலும் சிவப்பு கடுஞ்சொல் எனக்
கனைக்கின்றது காகிதம்
அழிக்கும் இறப்பர்
அதனைத் தேய்த்துக் கிழிக்கிறது
அகத்துளைகள் நிறைந்த
குறிப்பேட்டின் அட்டையில்
"இன்னும் சொல்
இன்னொரு சொல்"
உச்சாடனம் ஒலிக்கிறது,
சொல்வதை மறுக்க முடியாமல்
ஒளிந்திருந்து பார்க்கின்றது

எஞ்சிய ஒரு பேனா
அவ்விடம் பெருமூச்சால்
இடம் வலம் என தரை உருண்டு
இயலாமையை எழுதுகின்றது
முன்னிருந்த இடத்திற்கே
அச்சொல் அழைத்து வந்து விடுகிறது

மின்ஹா

இளகிய நிறங்கள்
தான்தோன்றிய தாளிலேயே
செல்லுமிடம் தெரியாமல்
மறைந்து போகின்றதை
கடும் நிறங்கள் நகைக்கின்றன

அணிவகுப்பு நகரும்
நான்கு பூனைக் கால்கள்
அருகிலிருந்த நீர்க்குவளையைத்
தட்டிவிட்டு ஒரு சொல் சொன்னது
நினைவில் இல்லை
சுட்டு விரலால் நெற்றியில்
அழுத்திச் சொல்லக் கேட்கிறேன்

22

கூடெய்தும் தேட்டத்தில்
மெல்ல நகரும் பெருவழிச் சாலை
இரு வரிக் கோடுகள்
மத்திமம் ஊடறுக்கும் வகிடில்
ஊர்ந்து கொள்ளும் சிற்றெறும்பு
நகம் புதைந்த மணல் வெளியில்
சரசரக்கும் சாரை மினுப்பு
நெகிழ மறுக்கும் பெரு வளைவு
பெருந்திணை சீர் செய்யும் செவ்வை

அகவை அவரோகணமாய் வழிந்து
பூச்சியம் வரை சரி செய்யும் பித்தைக்
கடிந்து கொள்ளும் மெய்நிலை
காகித மடிப்பில் இளகிக்கொள்ளும்
மைக் கசிவு
கலைந்த அளகம் குவிக்கும் பெருமலை சரிவில்
தடம் புரண்டோடும் நீர்ச் சுனை

அடியொற்றித் தொடரும் நிழல்
இடைவெளிகளில் மோதிக்கொள்ளும்
காற்றின் களி முத்தம்

நிசப்த முணுமுணுப்புக்குள் அடங்கும் ரீங்காரம்
பேரெழில் வனம் கலைக்கும் ஒரு சொல்
அதில் மறையும் பெயரற்ற நிறம்

23

வாடித் தேய்ந்த இலைக் கூட்டின் மீது
உறைந்திருக்கும்
வைகறைப் பனித் துளிகளுக்கு
முன் மொழியப்பட்ட சாசனமாய்
செம்மஞ்சள் ஒளிக்கற்றைகள்
சூழ்கின்றன

நாணல் காடுகளில் தொலையும்
சிறுபற்றைகளின் பச்சையம்
பசுமையின் நிறப்போலியென
ஒளி விழுங்கும் நிலம் முணுமுணுக்கின்றது

கீற்றுகளில் முறிந்த வளைகோடுகள்
துல்லியமாய் இடம் அடைகின்றன

ஏவலின் பறையொலி கீச்சிடும் வலசைகளோடு
கிடைப் பரப்பில் அதிர்கின்றது

மந்திரப் புன்னகையொன்றால்
பொழுதைப் புலர்த்தி
சமன் செய்ய விளையும்
இலை ஊர்ந்து கொள்ளும் சிற்றெறும்பு
கிளை பிரிந்த வகிடில் செல்லும் நீரோட்டத்தில்
கரைசேரும் வரை துடுப்பில்
வேய்ங்குழல் இசைக்கிறது

24

மண் குவியலில் பிணைந்திருந்த
ஈரம் கண்டேன்
ஒரு பிடி அள்ளிக் கைகளில் எடுக்க
முழுவதுமாய் சரிகின்றது மலை

25

துடுப்பற்றபடகு
துண்டிக்கப்பட்ட சிறகுகள்
துடித்துக் கொண்டு தேடும்
அலைகளின் மேலே மிதந்து
கரை தேடும் இலைத் தெப்பம்
எங்கும் வீசும்
ஒரே திசைக் காற்று
நமக்குள் நம் குரல்கள்
நம்மை ஆழத் தோண்டும் புதை குழிகள்

26

மெல்லிசையைப் போல
இறுகிய செவிகளுக்குள்
நுழைய எத்தனிக்கிறது உன் குரல்
புளகாங்கிதமாய்
புலர்கின்ற பொழுதினில்
மிகுதியாய் வழியும் ஒளியாகி
வதனமெங்கும் படர்கிறது

நின்சொற்கள்
ஆலாபனையாக இசைக்கும்
மதி மயங்கிய
வார்த்தைப் பித்தில்
கசங்கிய காகிதம் நிறையும்
ஒரு கூடை அர்த்தமற்ற
உடுப்போலிகள்
எனதும் உனதுமான
பிரபஞ்சம்

27
சில அர்த்தங்கள் ஆகலாம்

அன்று சபித்தவற்றை
இடம் நகர்த்தி வழியமைக்கின்ற
செயலில்
மீளாத கற்கள்
மோதுகின்றன
ஒருபோதும் திகைக்காத
வார்த்தைகளின் ஆழம்
செவிகள் ஊடுறுக்கும்
ஆர்ப்பாட்டமான சுழலி

நின்று கனக்கும்
நிழல் பெயராத
பெயரிடைச் சொல்
விரகம்

சத்தங்கள் பெயர்ந்து
ஞாபகசந்தங்கள்
நினைவுகளாய் உறைந்து
பிதிர்கின்ற பாளங்கள்
புரியாதவையின் நிமித்தமாக
நிழலாடும் தொடரிகள்
நிகழ்த்தப்பட்டுக் கொண்டே
அயன மண்டலம் தகர்க்கின்றது

சங்கிலிப் புனைவுகளால்
அலங்கரித்த கைகளுக்குள் வளையல்களின்
அசரீரி
எதுவும் ஏதுவாக இருப்பதற்குள்
ஏதுமற்ற அர்த்தங்கள்
குவிந்து மலைகளாகின்றன

28

மழை நின்ற பின்
தண்டுகளில்
இலைகளில்
மின் கம்பங்களில்
உடை உலர்த்தும் கொடிகளில்
வேலியில் பீலிகளில்
சொட்டிக் கொண்டிருக்கும் துளிகள் ஒவ்வொன்றிலும்
சட்டெனத் துடைத்து அழிக்க முடியாத
நீர்மையின் பரவல்
முந்தைய நாட்களின்
அடர் செறிவில் அறைக் கண்ணாடிகளில்
துளிர்த்த ஈர நினைவுகளை ஒத்த
ஒரே இசை
வீழ்கையில்
மழைக்கு மட்டும் சாத்தியம்

29

கனவைத் தாழ்திறந்து புலரும்
மந்தகாசத்தில்
எனதான வர்ணங்களை மட்டும் எடுத்துக்கொள்கிறேன்

சிவப்பு வெள்ளைத் தீந்தைகளும்
நெடுநாட்களாகப் பேணிக்குள்

ஒன்றையொன்று
வெதும்பி உலர்கின்றன

அங்கலாய்த்துப் பிதற்றும்
மதில்ச் சுவர்க் களிம்பு அலர்ந்து
புதிய நிறம் ஒன்றைப் பிறப்பிக்கின்றது

இங்கனம் நிகழ்ந்திருக்க
ஒரு வார்த்தையின் போதாமை
எல்லாவற்றையும்
நிறுத்திச் செல்கின்றது

மௌனித்து நீளும்
பேசாமையை
இறுகிய இதயத்தினால்
கொலை செய்வதானது
தண்டவாளத்தில்
சலனமற்ற புறாக்களை
நிறுத்தச் செய்து அவற்றில்
ரயிலை ஓடச் செய்து
படபடத்து உதிர்ந்த இறகுகளை
அள்ளிக் கனவுப் பெட்டிக்குள்
மீண்டும் அடைத்து வைப்பதற்கு நிகர்

வண்ணத்திக் காடு

30

ஒவ்வொரு வார்த்தைகளையும்
அனுமதிப்பதன் நிமித்தமாகக்
கடக்கிறேன்

வீசியெறிந்த
மென்பசை மிட்டாயின்
மண்குவிந்த மலையாக
அந்தச்சொல் ஒளிந்துகொள்கிறது

அவிழ்தலும் களைதலும்
அள்ளிப் பருகுவதும்
கொத்தாக உமிழ்ந்து
அடைக்கலமாவதுமாக
அனுமதிப்பது பற்றி
விவாதிக்கின்றனர்

முரண்களை அதன்
அசலில் இருந்தும் விடுவிப்பது
எளிதெனப் பகரலாம்
மாற்றீடான ஏதோவொன்றில்
தலைசெருகி நெரிந்துகொள்ளலாம்

அலங்கார வாசலில் அத்துமீறிய
நிழலைப் பிடிக்க
விரல் கண்டித்து
கதவிடுக்கில் கசிகிறேன்

விட்டுவந்த கழிவிரக்கம்
பல்லியின் வாலாக
துடிதுடித்துக் கிடக்க
அச்சொல்லை அதன் இடத்தில்
புதைக்கின்றேன்

மின்ஹா

31

இரண்டு கதவுகளும் திறந்தே இருக்கின்றன
மூடியிருப்பதாய் ஒரு பொழுதும்
திறந்திருப்பதாய் ஒரு பொழுதும்
எண்ணிக் கொள்கின்றனர்

நேரமின்மையின் விளிம்பில்
அசாத்தியம் தற்கொலை செய்ய
நிற்கிறது
முந்தைய அண்மிப்பின் கனதியில்
கரைந்து உருகுகிறது

பேசாமையின் போதான
இடைவெளி
இயல்பில் சிந்திக் கிடக்கும் கண்ணாடித் துகள்களை
யதார்த்தம்
கால்களில் பதித்து விடுகின்ற போதும்
எதுவுமில்லை என்பதாக
ஒப்புவிக்க வேண்டியுள்ளது

என்ன வேண்டும்
எத்தனை அளவில் வேண்டும்
எது வேண்டும்
எனக் கேட்டகிறாய்
எதுவுமே வேண்டாம்
உடன் இரு என்பதைத் தவிர
எதை வேண்டிக் கேட்பேன்

32
போதி இலை

இலையின் குறியீடு யாதாகவிருக்கும்

பழுத்துவிடுகிற மூப்பின்
இருப்பையா காற்றோடு சிலிர்க்கிறது

முன்பு பூவானது இக்கனி,
ஏன் பூப்பதில்லை
இலைகள்

துளிர் என்று பெயரழைத்த
சிடுசினத்திலா

காற்று அடிபட்டு
காலில் மிதிபடும் வரை பலநிறங்களில் கபடநாடகம்
பிழைக்கிறது

உதிர்ந்து கொள்ளும் தொடுப்பு
நியதி உணர்
ஈற்றில்
மண்ணை முட்டிக்கொள்ளும் வரையில்
தலைகீழ் வவ்வால் வேடம்

தரைமீது வீழ்ந்துகொள்ளும்
ஒற்றை முத்தத்திற்காகவா இப்பெருவாழ்வு,
கேட்கிறது

விடையை விதைக்கும்
விருட்சத்திற்கு நிழல்யுத்தமே
வெய்யிலாய் மாறுகிறது

மின்ஹா

33

ஏவலுடன் கனைக்கும் குரலின் எதிர்ப்புறமாக
படபடக்கும் திரைச்சீலை
சட்டென ஒரு சுவராய் உருமாறுகிறது

துருப்பிடித்த உவர் காற்று
சாளரத்திடம்பேசிச்சென்ற
நீலம் புடைத்த சொற்களின் மீதம்
நம்மைக் கண்டு வினவுகிறது

உங்களால் பனியடர்ந்த மழையிருள் நாள்களில்
உஷ்ணமான வெய்யிலை
முன்னே நிறுத்தமுடியுமா

இலைதுளிர்த்த பனித்துளிகளில்
வியர்வையின் நினைவுகளை
துடைத்துக் கொள்ளமுடியுமா

மங்கலான கண்ணாடி ஊடாக
தெளிவான கலக்கமின்றிய முகம் காண முடியுமா

உடைந்த துண்டத்தில் தன்னுருவை
மடித்து நெகிழ்த்தி

தலைசீவ முடியுமா
பழகிக்கொள்ளுங்கள்
என்கிறது ஏவல்

முடியாது போனவர்கள்
உடைந்த நிலைக்கண்ணாடியின்
பிளவுகளுக்குள் வெகுநேரமாய்
அங்கேயே தேங்கி நிற்கிறார்கள்

சிதைந்து சிலைத்திருந்த நாழிகைகளின்
உறைநிலைக் காலம்
முன்னே கடந்துவிட்டதாய்த் தேற்றித் தேம்பும்
உணரிகளின் செதுக்கல் வளர்கிறது

சிலை மண்டபமாய்
ஒவ்வொரு பருவகாலங்களிலும்
மாறிக்கொள்ளும் போதும்
பச்சோந்தி நிறம் ஏற்பதில்
உள்ளகச்சுவர் தயக்கமின்றியே உடன்படுகிறது

மின்ஹா

34

ஆழ்கடல் மீன்கள்
தூண்டிலிடம் சிக்கிக்கொள்ளுமா
பலபொழுதுகள் ஆம் என்றே
தலையாட்டுகின்றன

அதிலும்
தங்கநிறமீன்கள்
செந்நிற நண்டுகளாகி கரையில் அலைவிழும் பரப்பிற்குள்
அவற்றின் நீண்ட முன்னங்கைகளை
மணலினுள் சுழித்துப் புதைத்து ஊர்ந்தாலும்
தப்பிக்கும் எல்லைக்குள் எப்படியும் பிடிபட்டுப்போகின்றன

அகப்படாத ஈரநிலப்பரப்பில் ஓடி ஓயாத அவற்றின் கால்கள்
காளான்களாய் மாறி
தம்மைத்தாமே
வெய்யிலுக்கும் மழைக்கும்
குடைபிடித்துக்கொள்கின்றன

பற்றியிருக்கும் எதுவும்
தற்காக்கும் கவசமில்லை
தம்மைத்தாமே செதுக்கும்
இருப்பின் சிலைச்சிகரம்,
வானளவு மேலெழுகின்றது

வண்ணத்திக் காடு

ஆமையின் ஓட்டுக்குள்
ஒராயிரம் வருடமாய்
தலையினை உள்ளே இழுத்துக்கொண்டு கல் என
நிரூபித்துவிட்டால் போதும்
மீன்கள் எங்கும் பிழைத்துவாழ்ந்துகொள்ளும்
அல்லது
மீன்களின் நாட்குறிப்பில்
தென்படாது நீந்துதல்
எண்காலில் ஊர்தல்
தப்பி ஓடுதல்
தலைபுதைந்துகொள்ளும்
படிமுறைகள் மாத்திரம் போதுமானது போல

மின்ஹா

35

பாலை நிலத்திலிருந்து தூரப்பெயர்ந்து
சுடு மணலில் சலித்த மௌனங்கள் மலைக் கிழங்குகளாகி
அடிநிலம் வரை வளர்கின்றன

பரகசியமாய் விடுவிக்கப்படும்
காற்றுப்பட்டம் உயரத்தே
வால் துண்டிக்கப்பட்டு
நூற்பந்துடன் சுழன்று கொண்டேயிருக்கிறது
என் கைகளில்

தளர்ந்திருக்கும் இறுக்கத்தின் மேல் காலவழு
தற்குறிப்பேற்று நிற்கிறது

பெயரிடைச் சொல்லில் துண்டங்களாகிப் போன
நம்பிக்கையின்
நீலக்கண்ணாடி மேல் விகசிக்கும்
பகல்பொழுதின் மிகைஒளி குளிர் நிறங்களைச் சேமித்து
ஆராதிக்கிறது

பகடையாக இரு காய்களின் ஆட்டத்தில்
அவர்கள் செம்மறியின் வளைந்த கொம்புகளால்
மோதுகின்றனர்,
பொருமல் நீங்கும் பொழுதில் அலைக்கழிக்கப்படுகிறது நம்
வழக்காறு

36
உபரியில் புலப்படும் மீதம்

நம்பியிருத்தலின் கால அளவு
ஒரு சொல்லில் வளர்ந்து உபயோகப்படுதலில் தேய்ந்து
விசாரம் அற்றுப்போகிறது

காரியதீர்க்கம்
கைகுலுக்கி விடைபெறும்
பின்பு
இறுதியாய்ப் படிந்த நிழல்
அர்த்தச்சுழலில்
சிலையாகி உறைகிறது

எதிர்ப்படும் முகத்திரையில் கண்டடையப்படும்
அவர்களின் அச்சுப்பிரதிகள்,
சுயவெளிப்படுதலின் அசல்நிறங்களை
தற்காலிகமாய் இழுத்து மறைக்கிறது

சேதாரமான பற்றுதலின் கீழ்
பற்றையாய்க் குவிந்து உலர்ந்து
எரிந்துகொள்ளும் வெய்யில் நிறச் சுடருக்கு
மறத்தல் என்று பெயர்,
அதையே தேர்ந்தெடுத்துக் குளிர்காய்கிறது
அடிநிலப்பச்சை

மின்ஹா

37
ஆதிக் குடிகளின் வண்ணத்திக்காடு

மலைகளைக் குவிக்கின்றதுநீள்மௌனம்

பறவையின் அலகில் துண்டாடப்படும்
நெடுஞ்சொல் ஒன்றின் இரு மருங்கிலும்
வெம்மையின் அனல் கசிந்துருகுகின்றது

ஆதுரமான தழுவலின் துதிக்கை மொத்தமாய் உறுஞ்சிவிடும்
தேனீயின் தாகமிகு மகரந்தப்பூவின் தேன் தொலைகின்றது

கலைந்த புழுதிவாசத்தில் கடல்த்துமிகள்
மழையாகி உவர்க்கின்றன

அகம் விடுக்கும் அத்தனை ஏவலுக்கும்
சாத்தானின் பரவல்மீது புத்தனின் கால்த் தடம் பதிகிறது

பித்தாக வலம் வரும் பிரபஞ்சத்தட்டானிடம்
பசிய வனம் கலைந்த நிர்வாணத் தரை உருளும்
காற்றின் மடல்
வனங்கள் சொரியும் பாணம்

சுற்றிப் புதைகுழிக் கால்களும் ஒட்டும் நாக்கும்
கிளைகளுடன் பற்றிச்செல்லும்

மலை சுடரும் கூம்புச்சிமிழ்

அடரும் புகை மதர்ப்பில் புதையும் தலை

மேலெழுந்த மயிலிறகுத் தோரணமாய்விரிகிறது

அரங்கற்ற அகழிநிலம் மேல் விழுந்து மாயும்
செந்நாரையின் கால்களால் நீவும் நீர்மை

தாமரை மிதவையில் பனித்துளிச்சரம்
துளிர்க்கும் உப்பள நெடியென

அவிழ்ந்து அவிழ்ந்து சரியும் திரையில்
பின்னிக்கொண்டிருக்கும் அரவத்தின் கால்கள்

மெழுகை நுகர்ந்து கொள்ளும்

ஒளி படரும் திரைதில் அலரும் ஒளிப் பொட்டுகள்

தண்டில் மயிர் கூச்செறியும்
காளான் குடைகள் மேல் நீவும்
மென்காற்றின் படரல் அலை மடிப்பில்
அடிக்கடல் அவிழ்க்கும்
நுரைத்ததும் பல்

வெண்டைக்காய் நுனி பிதிர்க்கும்
நெடுமலை இடைவளைவு வனைசில்லில் சுழலும்
களிமண் குவியம் மேல் தண்மைதெளிக்கும்

பச்சையம் பிதிரும் இலைக்கூடுகள் பாதியில் உலரும்
ஓணாணின் ஒட்டும் நாக்கு நனைக்கும்
இரையின் மென்சுருள்

பொந்துகள் துளைக்கும் மரக்கிளை

தேன்வதை கசியும் கரடியின் நாக்கு

சேனை கிழங்கின் வேர் முடிச்சுக்களில்
அப்பிக்கொள்ளும் மண்கட்டிகள்

வான் அமிழ்ந்து செல்லும் அந்திச்சூரியன்

பானகம் தீர்க்கும் பனங்கற்கண்டு

கிளை பிரியும் நதி மடை திறக்கும் அகழி

மல்லாந்தொரு நிலவின் ஒளி காணும் ஆயாசம்

அதிர்ந்து கொள்ளும் அகநிலத்தட்டுக்கள்

குடையும் சிறு மணல் நண்டின் கரையகம் புகும் அலைநீர்

குமிழும் சுவாசம்

மண்டியிடும் பிதற்றலில் முனகும் தவளை

மழை மழையெனும் ஆராதிப்பில்
வண்ணத்திக்காடு அதிரும் கீச்சொலியின் படபடப்பு

மணற்கிலுக்கியின் மத்தாப்பில்
நிறைவு பெறும் ஆதிக்குடிகளின் களி நடனம்

38

தூய்மையின் பெயரால்

வெள்ளைச் சட்டையை உடுத்திய இருவர்
சிலாகித்துக் கொள்கின்றனர்
வெளிப்புற வெண்மையின்
மிகு ஒளியை

ஒரு புள்ளியைக் காட்டி
இது கறை என்கிறார் ஒருவர்
மற்றையவர் அது எனதல்ல
அப்பியிருக்கும் பொட்டு
அதை அறிந்திலேன் என்றார்

வேறு நிறமொன்றிடம்
விசாரிக்கின்றார்கள்
யார் ஒட்டியது
இரு பார்ப்போம்

குற்றவாளிக்கூண்டில்
ஏனைய நிறங்களையெல்லாம் நிறுத்தி
யார் அப்பியது என வினவுகிறார்கள்

வெண்மையின் ஒளி வளர்க்க
கத்திச்சண்டை போடுகிறார்கள்

புற ஒளியைத் தீட்ட
உள்ளொளியை இழக்கிறார்கள்
தோலுரித்துத் தோலுரித்து
தம் சுயத்தை நிரூபிக்கிறார்கள்

ஈற்றில் அப்பியிருந்த கருப்புப்பொட்டு
அலைச்சலில் அயர்ந்த ஈயாக
சட்டையில் இருந்து
சேறும் சகதியுமாய் விடைபெற்றது

மின்ஹா

39

மௌவல் பிதிரும் பொம்மல் காட்டில்
கற்றாளைக் கனாக்கள்
துண்டங்களாய் முறிந்துவிழும் சாற்றில்
இலைச் சருகுகள் இதமாற்றும் கவரிகள்

காற்றலைகளில் மிதக்கும் செங்கொன்றை உதிரிகள்
பௌர்ணமி ஒளித் தீற்றலில்
வெண்தாமரை நிறம் ஏற்று
நினைவுகளின் புகைநிழல் படர,
இள நீலக் காகிதமாய் மிதக்கும் சொல்
அண்டத்தின் எல்லை வரை ஒரு
வெண் நுரைக் கடல் வரையும்

அதன் விளிம்பில்
கீற்றுப்படை மேகங்களுடன் மருளும் ஈரம்
ஒளியால் முறுவலிக்கும்

இளகிய நிலவு
இடைவெளி அங்குலங்களில் கால்நனைக்கும் அலவன்

கரை மணலின் பாதக்குழிகள் தோறும்
பானகமாய் கரைந்து
கொலாஜ் நினைவிலிருந்து உதிர்ந்த மயிலிறகுச் சொல்
என்னையும் சேர்த்து ஒட்டிக்கொள்ளும்

வண்ணத்திக் காடு

40
சிதறல்

நீள் வரிசைகள் பெரும் சலிப்பு என
நிரலில் இருந்து பிரிந்து
பயணித்தன மேசை எறும்புகள்

தனித்தனித் திசையில்
சிதறிக்கொள்வதன் கோலம்
வெவ்வேறு பாதைகளில்
கிளைபிரிகின்றன

செக்கன்களாகவும் நிமிடங்களாகவும்
சிறகுமுளைத்து மாறியிருந்தன அவை

அறுபது அறுபது என முணுமுணுத்துக்கொண்டே
பறந்து செல்கின்றன
புதிய ஈசல்கள்

அதிலிருந்து எழுந்த தலைமை எறும்பு
மணித்தியாலமாகிச் சூளுரைத்து
தன்னைத்தானே சுழன்று நின்றது

காத்திருப்பின் காகிதத்தில்
ஒரு நாளை நிரப்ப

மின்ஹா

மீதி இருபத்து மூன்று
கொழுத்த எறும்புகளை
உணர்கொம்புடன் வரைகிறேன்

ஒற்றை அனகொண்டாவாக மாறி
முழுக் குறிப்பேட்டையும் விழுங்குகின்றது
அமர்ந்திருந்த கதிரையில்
மீதி எறும்புகள் நிரையாக ஊர்ந்து
மேசையிலிருந்தகோப்பையிலிருந்து சிதறிய ஒருசில
தேநீர்த்துளிகளில்
வழமையை வட்டமிடுகின்றன

41
சிசேரியன்

முதுகுத் தண்டில் தைத்த
ஊசியின் வலிக்குப் பின்னர்
அன்றிலிருந்து
நறுநறுவென பற்களைக் கடிக்க ஆரம்பித்தது
முடிவிலியாக நீள்கிறது

மலைப்பாதைத் தண்டவாளச் சில்லுகளில்
உராய்வு இரைச்சல்
நகர்வில் வெளியேற்றும்
புகைமண்டலம் ஒத்த பெருமூச்சு
நிறுத்தங்களில் மீந்திருக்கும் பெட்டிகளை
விட்டுச் செல்வதாயில்லை

சுமை மிகுதியில் தகரக்கோது
தரிப்பிடங்களை மறக்கிறது

எரிபொருளுக்காய் நிறுத்தங்களைப் புறக்கணிக்கிறாள்
குறிஞ்சி முல்லையாய்
மருதப் பாலையாய்
மாறி மாறி வளைகிறாள்

சொல்லின் வசைக்காக

மின்ஹா

தழும்புகளைக் கனாக்காண்கிறாள்
எடையைத் தடவி வளர்க்கிறாள்

சுகமான செய்தி வரும்வரை
காதுகளைத் தீட்டிக்கொண்டு
வெளியில் காத்திருப்பவர்களுக்கு
தையல் வலியைக் காணிக்கையளிக்கிறாள்

வளைபாதைகளின் கோணல் சொற்கள்
இருண்ட குகைகளுக்குள் மேடு பள்ளமாய்
அழைத்துச் செல்கிறன

42

பத்திரப்படுத்திக் கொள்ளும் காரிருள் போர்வை
கலைந்த திரள் வெண்முகில் விசும்பு எங்கும் பரவும்
நிணம் உருகும் களிம்பு
அப்பிக்கொள்ளும் தடமெங்கும்
வலசைகளின் கதகதப்பு

அசைவில் மருகும்
நுண்புல நிறங்கள் தெளியும்
ஒரே புள்ளியில்
ஒரே ஒளியாய்
யாம் புலரும் திசையே
பொழுதின் அர்த்த தரிசனமாகிறது

43

உண்மைக்கு மிக அருகாமையில்
ஒரு செடி வளர்கிறது

நாளின் ஒரு பொழுது
அதன் நிழலில் இளைப்பாறியும்
மறுபொழுது சுடுவெய்யிலில் சருகாகியும் கிளைக்கிறது

உண்மையின் பக்கம்
மெல்ல அண்மித்து
விருட்சக் கிளை நீள்கிறது

ஏன் உண்மை சுடுகிறது
பின்பு குடை பிடிக்கிறது
மழையை மறுதலிக்கிறது
நிறுத்திக் கேள்வி கேட்கிறது

அப்பக்கம்
கடந்து செல்லும்
வழிப்போக்கனின் காலில்
ஒட்டிக்கொள்ளும் மணலுடன்
உண்மை நழுவிச் செல்கிறது

ஏன்
உண்மையிடம் பதிலில்லை
உள்ளே முணுமுணுக்கிறது விருட்சம்

நம்ப வைக்கப்பட்ட உண்மை
எப்படி உண்மை என்றாகும் என
இலையுதிர் காலத்தை வரவழைத்து
நம்பிக்கையைப் புதுப்பித்துக்கொள்கிறது
விருட்சம்

வண்ணத்திக் காடு

44

ஒரு சொல்
கலப்பற்ற சஞ்சாரச் சொல்லாக
இருந்தது
அதனை ஏன் எனும் வினா
மேலிருந்து இலக்கற்று வீழ்ந்து
தகர்க்கிறது

சிதறிய துண்டங்களை
துரோகம் கைகளில் ஏந்திய
பரம இரகசியம் என
அடைகாக்கிறது

அதன் வெம்மையின் ஜ்வாலை
பரகசியத்தின் 'ப'வில்
காட்டுத்தீயை அணைக்கும்
வடிவத் தடுப்பென இருக்கிறது

ஏன் வளர்க்கும்
ஏன் சிதைக்கும்
ஏன் முறிக்கும்
சொல்லாகிறது 'ஏன்'

கண்டங்களாகிப் போக முன்
துருவநிலம் சிலையென சிலாகித்தது

பின் வெயிலை வளர்த்து வளர்த்து
சூழவும் நீர்மையின் அதீத உருக்கம் பரவ,

கிளைபிரிந்த தேசங்களாகி
இரகசியங்களின் பெயர்களில்
சத்தமாக அழைக்கப்படுகின்றன

மின்ஹா

45

நிராகரிக்கப்பட்டவர்களின் பாடலுக்கும்
வஞ்சிக்கப்பட்டவர்களின் பாடலுக்கும் இடையில்
மௌனம் மெழுகுவரிகளை எழுதிச்செல்கிறது

சொட்டிச்சொட்டி உருகும் ஒளி
இருண்மையின் பரவலை
ஏக காலத்தில்
மெழுகுமலைகளாய் எழுப்பி
உள்ளே எரிமலைகளை அமிழ்த்துகின்றது

பேரண்டத்தில் பெயரற்ற விண்மீன்களில்
பாடல்களை சேமிக்கிறார்கள்
அவை பகல் நிறத்தில்
அவர்களையும்
பருமனான நிலவையும் சேர்த்து
ஒரு மீப்புனைவில் புதைத்துக் கொள்கின்றன

46

கையை மீறிய ஒன்று
தலைக்குள் முகாமிடுகிறது
கால்கள் மடித்து வெகுநேரம்
அங்கேயே அமர்ந்து
பாறையைப் போல் கனமிகுந்த உணர்வுகளால்
அமிழ்கின்றது

அதனை ஓடமென மாற்றி நகர்த்த
நீரை வளர்த்து வளர்த்து
நதியாகத் தளைக்கிறேன்

விடுவிப்பின் பரிவை
தடவித் தடவி
சமன்செய்கிறது
நிகழ்வின் குலைவு

உயரமான இடமொன்றில் குவிந்து வீழ்வதற்கு முதலில்
உயரம் எதுவெனக் கண்டடைய வேண்டியிருக்கிறது

தேடும் உயரமே என் வீடு அடையும்
இருண்ட குறுக்குப்பாதை,
வளைந்து நெளிகிறது
மின்மினியின் சிற்றொளி

மின்ஹா

47
பந்தனம்

கைகளால் துடைத்தழித்துப் பயணிக்க விளையும்
நிறுத்திவைத்த வாகனக் கண்ணாடியின்
உட்பகுதி
பனியடர்ந்து உறைகிறது

இறுதிப்பேச்சின் நினைவுப்படிமம்
அகலவில்லை என்பதாய்
பயணச்சாவியைத் திருப்புகிறேன்

சரிவில் உருள
இரண்டு சொற்களை
அடைவைத்துத் தடுத்ததை மறந்து
உறுமுகின்றது எந்திரப்புகை

முழுவதுமாய் புகைநிறத்தை
நிரப்பிக்கொள்ள
காட்சியில்
கருப்பு வெள்ளை நீர்வர்ணங்களை அப்பிக்கொண்டு
நனைந்த தூரிகையாய்ப் புரள்கின்றது
தரித்து நிற்பதன் அவகாசம்,
ஒரு துண்டுமேகத்தால் அனைத்தையும்
ஒற்றிவிடும் பந்தனக்காலம்
மல்லாந்து வானையே பார்த்துக்கொண்டு
உலரும் ஓவியப்பலகையில்
பனியின்நிறம் கலைகின்றது

வாகனம் காகிதக் கப்பலாய் மடிந்து
சிறகு முளைத்துப் பறக்கும்வரை
நிறுத்தி வைத்திருக்கும் கனவுத் துடுப்புக்கு
இக்கணம் ஆகாயமே கடலாகிறது

48

தழுவியிருந்த யதார்த்தத்தின்
படகுத் துடுப்பைக் கைவிடுகிறான்
படகோட்டி

ஒன்றை மறந்து தொலைப்பதன் நிமித்தமாக
யதார்த்தத்தின் எஞ்சிய நேசிப்பை,
பெட்டிக்குள் பத்திரமாக வைத்து
ஆழத்திற்கு வழியனுப்புகிறான்

வரிசையிலிருந்து விலகி
அங்குமிங்கும் கலைந்து பறக்கின்ற கடற்காகங்கள்
ஆரவாரமாய்கரைகின்றன

காலவோட்டத்தில் அடித்துச்சென்று
கரையொதுங்கியிருக்கும் மறதிப்பெட்டகம்
நினைவுக்குத் திரும்புதல்
நீர்ச்சுழியிலிருந்து விடுபட்டு
புதிய நீர்ச்சுழலுக்குள் அமிழ்வதைப்போல

அதன் கரைந்துபோன
அகச்சுமையின் இருப்பில்
நிறமிழுந்தது எல்லேவா
நீர் மட்டும் தான்

நீராகத்தழுவும் சுழியில்
சுற்றிக்கொண்டேயிருக்கிறது
அவன் நேசச்சுழல்

49

பாறைக்குன்றுகள் உதிர்ந்து மணலாகும் வரை
அலைகள் மோதி ஈரம் பேணுகிறது கரைவெளி

இடைவெளியாய் இருக்கும்
அங்குலங்கள் குறையும் போது
எப்படியேனும் ஒரு புல் மரித்துவிடுகிறது

தாபங்களை விரித்துப் படபடக்கும்
கூண்டுப் பறவைகளின் மூச்சுக்குள்
பிராணச்சொல் நிறைத்து
கடல் மீன்களை வரைகிறது;
நம்பு

வானின் நிறம் ஏற்கும்
கடலும் காத்திருப்பும்
ஏகமாய் நிறமற்றிருப்பது
இன்று நேற்றல்ல

யாவும் பறவையாய்
ஒரு நாள் மாறும் வரையில்
இருத்தலின் சடத்துவம் பிழைக்கிறது

நிறமற்ற காகிதங்களில்
கதைகளாகிப் போகும் தேட்டம்,
பாலங்களையோ
துருவநிலங்களையோ
மீந்து விடுகிறது

வண்ணத்திக் காடு

50
பொய்க்கால் குதிரைகள்

பதின்ம வயதின் பாதியில்
பள்ளிக்கூடத்திற்கு
பிரியாவிடைகொடுத்தாயிற்று

இரண்டு பிரசவங்கள்
வைத்திய சாலையில் அரங்கேற்றிய அவள்
கெட்டிக்காரி என மார்தட்டினார் மாமியார்

வாழ்க்கைப் பரீட்சையில் அள்ளிவாரி
நூற்றுக்கு இருநூறு புள்ளி
கைதட்டுகிறார்கள்
ஏன்

ஆடத்தெரியாமலும்
அரங்கு கோணல் என சொல்லத் தெரியாமலும்
புழுங்கிக் கொண்டு சாதத்தை
குழையாது சமைத்துப் பழகுகிறாள்

முதுகுக்குப் பின் இருந்த
புத்தகச்சுமை இடம்மாறும்
அறிக
வயிற்றுக்கும் பின்பு
சிலகாலம் இடுப்பிற்கும்

இதயத்திற்கும் மாறி மாறி
அமர்ந்து கொள்கிறது
தங்கியிருப்பதன்
தாட்சண்யம்

மின்ஹா

சுமையல்ல சுகம் என
உச்சாடனமாய் முணுமுணுத்துக் கொள்கிறது
நம்பு
மந்திரம்
மந்திரம்
அது

சொந்தக்காலில் நிற்பது கொடிது
நிழலில் நில்
வெய்யில் சுடாது
நிழலுக்காக சுற்றிச்சுற்றி ஓடு

ஒரு குடையையோ
ஒரு மரத்தையோ
ஒரு மிருகத்தையோ
ஒரு வண்டியையோ
காத்திருந்து கனிந்து போ

சந்தையில் நல்ல கால்கள் கிடைக்கின்றன
நாங்கள் தேடித்தரும்
சாகஸகாட்சியில் ஊன்றி நடக்கும் காலில்
நடைபழகு

நாங்கள் காட்டும் கண்களில்
உன் கண்களைப் பார்த்துக்கொண்டு
தலைசீவு
சொல்கிறார்கள்

பொய்க்கால் குதிரை போல
ஓடி விளையாடு பாப்பா

51
திரை

சின்னஞ்சிறு பொய்களையெல்லாம்
ஒரு சிறு பொய்கை வளர்த்தது

அறியாமைப்பூக்கள் அதில்
ஊதா வெள்ளை என்று
இரவு பகலாய் நீருள் இருந்து பூத்து
அத்தனைக்கும் மேலால்
திரையிட்டிருந்தது

சத்தியத்தின் நீர்வெளியில் அசத்தியம்
தலைகீழ் விம்பமாய்த் தெரிகிறது

பழுப்பு நிறத்தில் மாறியிருந்த
முந்தைய வாக்குறுதி தோய்ந்த வெண்சட்டை
பெட்டியில் காலங்காலமாக
பழுப்புமஞ்சள் கனவில்
உறங்குகிறது

ஒவ்வொரு அசத்தியமும்
தன்னையொத்த மற்றுமொரு அசத்தியத்தின்
சலசலப்புக்கு வஞ்சனையாய் இரையாகிறது

மின்ஹா

ஒவ்வொன்றாய்
குறைந்து குறைந்து
மெய்மையின் வேலியில்
கைகளைக் கிழிக்கிறது எதார்த்தம்

சொட்டும் குருதியை
பொய்கையில் கலந்து,
காலத்தின் ரணமென
நொந்துகொண்டது

சுழற்சியில் பலியாகிறது
பித்தம் தெளிந்தபின் ஒற்றிக்கொள்ளும்
வாய்மையின் வழித்தடம்